Mga Dazzler

Translated to Filipino from the English version of Dazzlers

Elanaaga

Ukiyoto Publishing

Ang lahat ng pandaigdigang karapatan sa paglalathala ay hawak ng

Ukiyoto Publishing

Nai publish sa 2024

Nilalaman Copyright © Elanaaga
ISBN 9789362695796

*Lahat ng karapatan ay nakalaan.
Walang bahagi ng lathalaing ito ang maaaring i-produce, ipadala, o itago sa isang retrieval system, sa anumang anyo sa anumang paraan, electronic, mechanical, photocopying, recording o kung hindi man, nang walang paunang pahintulot ng publisher.*

Ang mga karapatang moral ng mga may akda ay naipagtibay.

Ito ay isang gawa gawa lamang. Ang mga pangalan, tauhan, negosyo, lugar, pangyayari, lokal, at insidente ay produkto ng imahinasyon ng may akda o ginagamit sa kathang isip na paraan. Ang anumang pagkakahawig sa mga aktwal na tao, buhay o patay, o aktwal na mga pangyayari ay nagkataon lamang.

Ang aklat na ito ay ibinebenta napapailalim sa kondisyon na hindi ito sa paraan ng kalakalan o kung hindi man, ay ipapahiram, ibebenta, upahan o kung hindi man ay ipakalat, nang walang paunang pahintulot ng publisher, sa anumang anyo ng pagbubuklod o takip maliban sa kung saan ito ay inilathala.

www.ukiyoto.com

Sa aking malapit na kaibigan, si Dr. D. Narayana (Dubai).

Mga Nilalaman

Buhay na Bangkay	1
Pagsasakatuparan	2
Ang Pagbabago	3
Ang Panandaliang Kagalakan	4
Pag-aalis ng pansin	5
Sensitibong Mukha	6
Dami - Kalidad	7
Pagkadismaya	8
Ang Epekto	9
Pagpapakita	10
Miss Fortune	11
Walang katuturan	12
Paninindigan – Tagumpay	13
Ang Mas Malaking Pagsubok	14
'Tulad ng - Lahat' Syndrome	15
Ang Oras ay Nagtuturo	16
Sakit – Kasiyahan	17
Felicitous Felicitation	18
Intrinsic	19

Hindi mahuhulaan	20
Tamang lunas	21
Hindi pagkakatugma	22
Pag-de-elect	23
Pagkakamali	24
Mga Sagradong Paghikbi	25
Pagsisikap – Epekto	26
Ang Mellowing	27
Ang Core Commodity	28
Hindi Nasisiyahan	29
Pagtatangka – Resulta	30
Pantakip sa Proteksiyon	31
Persepsyon	32
Disparity	33
Pagtatago	34
Bane – Boon	35
Variance	36
Mga Tirahan - Ang Kanilang mga Tungkulin	37
Pagkakaiba	38
kapalaran ng apatnapung winks	39
Ang Dakilang Maninira	40

Iba't ibang Pag-unawa	41
kapalaran ng pagkakasundo	42
kapangyarihan ng lugar	43
Karanasan – Bunga	44
Benepisyo Ng Pagtanda	45
Brilliance – Pagpapaliit	46
mababaw na ningning	47
Kadakilaan	48
Mamasa Masa Ba Ang	49
magtaka	49
Facebook – Isang Tunay na Hook	50
Sham tuwid shooters	51
Mga Grade	52
Hype – Fallout	53
Mga Salita – Halaga	54
Tula – Makata	55
Tulang Wala sa Panahon	56
ang miser	57
Bilog	58
Panghihimasok	59
Ang Sakit Ng Mabigat	60

Haystack	61
Ang Panahon Ng Mga Shackles	62
Pagod na pagod	63
panlabas na charm	64
Pagkakaiba	65
Bagong Katotohanan	66
Depekto	67
Problema	68
Kawalang-malasakit – Pagkatapos ng Epekto	69
Mga Ugat Ng Charm	70
Ang Panlabas na Ningning	71
Tungkol sa May akda	72

Buhay na Bangkay

Sa kabila ng pagkakaroon ng mga mata
 Hindi ko makita ang magagandang bagay
 Kahit may tainga ako
 Hindi ako marunong makinig sa mga matatamis na nota
 May puso na ako
 Ngunit walang damdaming ipinanganak dito
 Hindi ba mas maganda ang bangkay kaysa sa akin

Pagsasakatuparan

Na naging mayaman na
Natikman ko lahat ng luho
Pero ang paggastos ng isang araw sa isang pauper
sino ang paragon ng kabanalan
Natanto ko na ako ang pinakamahirap

Ang Pagbabago

Tumakbo ako na may hawak na espada
upang putulin ang ulo ng isang mayabang na tao
Ngunit naantig ng kanyang mapagmahal na ngiti
nag alay sa kanya ng mga bulaklak,
nahulog na nakadapa sa harap ng kanyang mga paa
at bumalik na.

Ang Panandaliang Kagalakan

  Napalaki ako sa tuwa
    nang marating ko ang ibabaw ng lupain
    mula sa isang malalim na bangin,
    ngunit di nagtagal ay nalungkot nang mapagtanto
    Kailangan ko nang umakyat ng bundok.

Pag-aalis ng pansin

Pagtulak sa tabi ng purport

may mga salitang nagmamadali na nakakahamak

sa unahan sa tula;

Lagi, ang gayong kaalaman

dapat naroroon sa isipan ng makata.

Sensitibong Mukha

    Siya exulted na siya ay may
    ang fairest complexion
    sa buong klase.
    Ngunit nang sumali ang isang batang mas fairer,

    "Nagdilim ang mukha niya."

Dami - Kalidad

Trumpeted isang makata sa gayon:
"Nagsulat ako ng mga tambak na libro."
Quality, hindi quantity ang binibilang,
 dapat ma realize niya.

Pagkadismaya

Ang kakulangan ng kasaganaan ay isang bato,

kakulangan ng kasiyahan ay isang malaking bundok.

Ang kapalaran ng pagkamalikhain ay araw;

nilalaman ng comforts materyal,

isang kandila lamang.

Ang Epekto

Noong siya ay isang hardinero,

Namumulaklak ang mga jasmine sa kanyang paghinga.

Pero nang maging clerk siya sa isang club

tanging ang amoy ng pera ang nanaig!

Pagpapakita

Nakaupo sa saradong silid,
Nagbukas ako ng dyaryo.
Ang labas ng mundo
Lay spread sa harap ko.

Miss Fortune

Nagdadalamhati siya,

   kasi wala siyang hagdan

  Bilang ang magandang oras ay dumating

ngayon siya ay nakakuha ng isa.

  Ngunit hindi maaaring gamitin ito

   dahil siya ay nakahiga

Walang katuturan

Kapag ang isang mapurol ulo gumagalaw
 sa isang bagong tatak na kotse ng Benz
lahat ng ulo ay bumaling dito
 Ngunit walang ulo ang nag aalala sa sulyap sa
isang bundok ng erudition
nakasakay sa rickety scooter
Ito ay isang insidente lamang na karaniwan

Paninindigan – Tagumpay

Ang aking kaaway ay umuungol na parang tigre,
sumulpot na parang leon.
Intrepid, ako nga.
Pero mamaya kapag siya
Pinanatili ang isang malubhang kalmado
Nanginginig ako sa takot

Ang Mas Malaking Pagsubok

Natapos ko na ang exam ko

Ngayon ay naghahanda para sa kahit na isang mas malaking pagsubok

Ano po ba yun

Naghihintay ng resulta

Ng pagsusulit!

'Tulad ng - Lahat' Syndrome

Disconcerted ako
kapag nakita ko ang ani ng 'likes' sa Facebook
Walang hindi kaaya-aya!
Hindi ba ito enigma uncrackable

Ang Oras ay Nagtuturo

Hanggang sa natakot ako sa mga responsibilidad

Hindi ko napagtanto ang halaga ng pagkabata

Hanggang sa naligaw ako sa malalim na kakahuyan

Hindi ko nakilala ang sarap ng likod bahay

Tanging kapag umaawit ang apoy

Ang halaga ng niyebe ay kilala marahil

Sakit – Kasiyahan

Nasuka ako;

Manalo pagkatapos ng isang panalo ang nangyari sa akin.

Na stress ako

Sapagkat ang pagkatalo ay lumimos sa akin

Kalungkutan, marahil

ay mas mabuti kaysa sa masakit na kasiyahan

Felicitous Felicitation

Ang disyerto na
mapangahas na pangarap siksik na ulap
karapat dapat sa felicitation na may
mga wreath ng patak ng ulan

Intrinsic

Ang mga personalidad ay tumutukoy sa mga
tao

Isang taong mahilig sa dagger
ayaw ng habag
Ang iba pang mga na rears rabbits
kinasusuklaman ang kalupitan

Hindi mahuhulaan

Kapag ang buwan ay nagtatago sa likod ng mga ulap
malalaman natin ito
Pero minsan hindi makasurmise
ano ang nasa likod ng mga salita ng isang tao

Tamang lunas

Ng huli, ang buong mundo ay
lumilitaw na itim sa akin
Mga tao, environs - lahat ng bagay
ay madilim sa paligid ko

Nagmuni muni ako ng marami
at pinili ang tamang lunas:
Hugasan ang murk
naipon sa loob ko

Hindi pagkakatugma

Ang puso niya'y malambot na parang mantikilya

pero matalas na parang kutsilyo

Ang kutsilyo ay hindi maaaring lumambot

Hindi rin ito maaaring magkatawang tao bilang mantikilya

Ang resulta, sayang, ay -

Araw araw siyang nakikipaglaban sa kanyang sarili

Pag-de-elect

Ang kanta ay ang Ganges
Raga ay isang balsa
Ang mga tala ay mga boon
At ang paglalakbay ay masaya

Pagkakamali

Nang ako'y humantong sa buhay ng isang dukha
Pagkain lang ang gusto ko, wala nang iba pa.
Ngayon, sapat na ang pagkain ko
at narito, ang puso ko ay nakatuon sa bisikleta!

Mga Sagradong Paghikbi

Tuwing nagbabasa ako ng sublime poetry, naiiyak ako

Tuwing nakikinig ako ng magagandang musika, umiiyak ako

Tuwing makakatagpo ako ng sangkatauhan na nagkatawang tao,

Nagbulung bulungan ako

Matapos ang napakaraming pagtangis

Napakabanal ng puso ko!

Pagsisikap – Epekto

Saan nakabaon ang baril
doon sumisibol ang puno ng bala.
Budburan ng buto ng pag ibig
sa bukid ng puso mo, kaibigan.
Ang pagmamahal ay lumalaki nang sagana

Ang Mellowing

Nagtaray siya na parang galit na galit na toro
sa mga lansangan ng bayan.
Sa pag abot sa bahay
mainit ang bati ng mga bata
Sabay sabay, ang kanyang batuhan na puso
natunaw na parang yelo!

Ang Core Commodity

        Ang mga salita ay mga panlabas na sheaths lamang
         sa tula
        Totoo, pakikibaka dapat tayo, para sa kanila.

        Ngunit walang mas mahalaga kaysa sa
        ang core ingredient

        Walang tula ang maaaring sumibol
        sa natuyong puso

Hindi Nasisiyahan

Paggawa ng wika ng isang thread

Mga pisi kong salita, ginawang garlands ng mga tula

Naging mabangong linya ang mga ito

Ngunit mga salita, hindi maayos na angkop

naging hissing sentences

at sumulpot para kagatin ako

Pagtatangka – Resulta

Ang mga matatamis na tala ay nakatago
lamang kapag nasugatan ang mga kawayan
Binhi ilabas ang langis
sa pagiging battered lang

Mahigpit na pagpapagal
ay kinakailangan para sa magandang resulta

Pantakip sa Proteksiyon

Kung purihin mo siya
nakangiti lang siya
Kung punahin mo siya
nakangiti lang siya
Kung siya ay iyong laitin
nakangiti lang siya
Kung matalo mo siya
nakangiti lang siya

Isang ngiti ang naging malakas na corset
na noon ay nagpoprotekta sa kanyang panloob na sarili
mula sa mga bouquet at brickbats

Persepsyon

Sweet *ragas* di maka emanate from

mga plauta na gawa sa ginto

Rose petals ay hindi maaaring dumating sa madaling gamitin

para sa pagluluto ng anumang curry

Mga halaga ng pera

persepsyon ni mar man

Disparity

Ito ay isang mundo ng mga disparities

Dito, isang malaking isda na lumulunok sa isang mas maliit na isda

ay mismo devoured sa pamamagitan ng isang pa rin mas malaki isa

Sa parehong paraan, isang matangkad na kapwa

ay outwitted sa pamamagitan ng isang mas mataas na isa

Lahat ay kailangang magsikap,

pulgada pasulong sa mga yugto

at subukang hawakan ang langit

Pagtatago

   Ang karagatan ay mukhang payapa
     Gayunman, maaaring nagkukubli ito ng mga bulkan;
       May mga taong mukhang hindi nababalisa
       bombshells ang sumasabog sa loob though

   Walang gauge ay doon
   na kayang sukatin
   panloob na pagkawasak

Bane – Boon

Kung ang buhay ay kailangang umasa

sa sahod, ito ay isang trahedya

Pagpapalakas sa pamamagitan ng pagmamahal

kaysa sa pamamagitan ng kasaganaan

ay ang tunay na kaunlaran

Variance

Puso'y tumatapak sa isang landas

habang naglalakbay ang utak sa ulap

Ang isa ay mahusay
Ang isa pa ay mabuti

Mga Tirahan - Ang Kanilang mga Tungkulin

Matagal na manatili sa sariling bahay
parang gusto ng isa na pumunta sa farm-house
Ngunit, hindi makapagpatuloy doon
gustong makarating sa bahay

Ang tula, para sa akin, ay sariling bahay
habang ang pagsasalin ay isang bukid

Ngunit, ng huli
nagpalitan na sila ng roles

Pagkakaiba

Ang ibong lumilipad sa skyway ay hindi dakila
kasi may pakpak ito
Isang saranggola na lumulutang sa kalawakan
ay hindi rin dakila
dahil may kabit itong tali
Isang cracker shooting sa welkin
ay hindi rin kamangha mangha
since may gunpowder ito sa loob
Isang aeroplane na lumilipad sa itaas
ay hindi rin himala
sapagkat ginagawa nito ito sa lakas ng gasolina

Ngunit imahinasyon ng isang makata
ang paghawak sa langit ay tunay ngang dakila
Dahil unaided ito ay
sa pagkamit ng feat

kapalaran ng apatnapung winks

Sinusubukang matulog sa malambot na kutson
sa isang AC room, hindi ako nagtagumpay.

Selos ang naiwan sa akin
nang makita ko ang mga mahihirap na tao
natutulog na parang mga troso sa matigas na lupa

Ang Dakilang Maninira

Wala nang mas nakakasira pa sa dila

Isang pangungusap lamang
maaaring magdulot ng kapahamakan sa maraming puso
Isang pagbigkas ay sapat na
upang maging sanhi ng kaguluhan

Iba't ibang Pag-unawa

Kapag nakita ko ang India na pumasok sa Amerika

Ako ay nalulugod nang lubos

Pero sa pagkita sa Amerika

na nakalusot sa India

Nakakaramdam ako ng kalungkutan

Ang isa ay tanda ng ating gumption

habang ang isa naman ay

inilalagay ang ating kultura sa pagkawasak

kapalaran ng pagkakasundo

Pagmamaliit sa isang pangngalan

isang adjective ang ipinagmalaki:

"Ang iyong pagsulong ay namamalagi lamang sa akin"

Ang pangngalan ay nagpunta sa ilalim ng lupa

hindi bumalik ng ilang taon

Ang pang uri ay nakaupo nang sullenly

at pinagnilayan:

"Sa isang pangngalan lang ako may kaluwalhatian

Sa pangngalan lang, may integridad ako"

kapangyarihan ng lugar

Walong cyphers ang magkakasunod na tumayo
sa kaliwa ng digit one
Tinuya ng huli ang mga zero:
"Sa akin lamang namamalagi ang iyong pag iral.
Kung wala ako ang iyong halaga ay walang
kabuluhan"
Tinalakay ng mga cypher ang
at nag migrate sa kanan mula kaliwa
Ngayon,
digit isa wala nang natira
maliban sa maging mahaba ang mukha

Karanasan – Bunga

Isang artikulo ang ipinadala sa isang magasin
para sa pagtatasa at paglalathala
Hindi ito inilimbag ng magasin
   pinananatili sa abeyance para sa matagal
Nanatili ba ang artikulo sa lumikha nito
   nakakuha sana ito ng atensyon araw araw
Languished para sa mahabang walang pag aalaga
   bumalik ito pagkatapos ng maraming buwan
Nalungkot ang lumikha nito
Attended ito araw araw
Ang artikulo ay nagsimulang lumiwanag sa isang ningning
   pero ayaw pumunta sa bagong magazine

Benepisyo Ng Pagtanda

Ako, na hindi makapasa sa isang pagsubok sa password

pinangarap ng lumang panahon sans password

Sa mga lumang panahon na iyon

marami ang pumasa, kakaunti ang mga kabiguan

Brilliance – Pagpapaliit

Isang makapal na pabalat ng libro

laging nagsasalita ng disparagingly

tungkol sa isang panloob na pahina

Ngunit, ang panloob na pahina ay maaaring maglaman ng

malalim na bagay

Ang mga kinang ng pabalat ng libro

mababaw ba ang glints ni tinsel

mababaw na ningning

Isang coronet ang natawa sa sapatos na panlalait

Ngunit, ang coronet ay walang gaanong paggamit sa katotohanan

Ang sapatos ay napaka useful, di ba

Kadakilaan

Totoo nga ito

mas mabilis ang bus na yan kesa sa pedestrian

tren kaysa bus, plain than train

at spacecraft kaysa sa isang eroplano.

Pero, pede lang naman

sino kaya ang makagalaw ng walang

agarang pangangailangan ng gasolina

Mamasa Masa Ba Ang magtaka

Hindi maaaring manganak ang malalalim na tula

walang drizzle sa puso

Ang isang paltos na dibdib ay hindi maaaring maging basa

may mga salitang hindi mamasa masa

Facebook – Isang Tunay na Hook

Kapag kinagat ng bug ng Facebook,

magsisimula nang magkasakit ang utak mo.

Walang pahinga ang makukuha kahit isang araw,

kapayapaan ng utak ay laging nasa bay.

Sham tuwid shooters

May mga taong galit na galit na nagsasabi
Ang galit ay talagang napakasama!
Mga kawawang kapwa, bulag sila
sa defect nila, nakakalungkot.

Mga Grade

Ang ilan ay may mga hindi maaaring
ipasok (mamuhunan ng libu libong rupees) sa
negosyo.

Ang ilang iba pa ay maaaring mamuhunan ng libu libong bucks
pero hindi na mababawi kahit daan daan

Hype – Fallout

    Itinuring ko ang aking sarili na isang dakilang makata,

        ginawa ang iba na sabihin ang parehong.

       Pagkalipas ng apatnapung taon,

       ang pangalan ko ay nawala sa limot;

     na ng isa pang sumulat

      mas maganda pero nanatiling kalmado

      sumikat ng maliwanag.

Mga Salita – Halaga

salita,
Nag sieve ako ng isang mangkok ng mga
namili ng dakot sa kanila
para sa pagpenning ng tula.
Ang ganda ng pagkakalabas ng tula
Hindi ko pa natatapon
ang natitirang mga salita.
Nagkasya sila ng maayos sa isang tula
na isinulat ko kinabukasan!

Walang salita ang maaaring itapon
magpakailanman, marahil!

Tula – Makata

Ang tula ay isang festoon
ng kaakit akit na mga pagmumuni muni
Isang makata ang naglunsad ng digmaan
laban sa mga hindi kasiya siyang ideasyon
Siya, sa gayon,
epitomises kagandahan
sa lahat ng okasyon

Tulang Wala sa Panahon

    Dapat patuloy na lumago ang isang makatang kaisipan

    bilang isang foetus sa sinapupunan ng isang panulat.

    Lamang kapag ganap na lumaki

    dapat manganganak na.

    Mga sanggol na ipinanganak bago ang buong termino

    ay napaaga at kadalasang mahina

ang miser

Pinakagusto ko ang makatang iyon na miserable;

am medyo inggit din, eh.

Mas marami siyang nakukuha na benepisyo sa paggastos ng mas mababa

Habang ako ay gumagastos ng higit pa at makakuha ng mas kaunti

Bakit pa tayo gagastos

Ang mga salita, ibig kong sabihin.

Bilog

Nakikita ang mga fortnights
ng liwanag at dilim,
dapat nating pindutin ang
chequered buhay sa puso.
Ang niyebe sa Himalayas
naiipon sa taglamig
at natutunaw sa tag init

Panghihimasok

Nakikialam sa pader,
isang diehard politician
pinalayas ang isang pusa.
Nakaramdam ng hiya ang feline

Ang Sakit Ng Mabigat

Mahirap ilarawan ang sakit
    Ng mga ulap na hindi umulan.
    Ang mga umulan ay mapalad;
    Pagbabawas ng bigat ng iba
    Ay hindi kasingdali ng ating pagninilay.

Haystack

Napapagod na ako
Sa paghahanap ng karayom
Sa salansan ng dayami na ito.

Nakakatakot na mga larawan na kasuklam suklam,
Maikling stubs ng mga string na kahawig ng mga one liners,
Dry coconuts walang tubig sa loob –
Lahat ay naipon sa haystack na ito
Ginagawang mahirap ang paghahanap

Subalit, parang ayaw kong tumigil.
Isang malabong pag asa na ang karayom
Maaaring matagpuan lingers sa paligid!

***

Ang Panahon Ng Mga Shackles

Ang di nakikitang kamay na nagtatali
panloob na likas na ugali na may isang tether
disquiets isip malaking.

Mga shackles ng pagpili ng paksa para sa mga makata,

mga gapos ng pananampalataya para sa mga espiritung nag iisip,

yung mga bigotry para sa mga lalaking may maturity...

Kailangan kong basagin ang aking mga shackles

Kailan darating ang magagandang panahon?

Kailan kaya magiging malaya ang mga tao sa mga silo

***

Pagod na pagod

Ako, naglalakbay sa mainit na araw
ng isang hatinggabi sa labas ng bayan...

Matataas na puno ng toddy ay naroon,
pero magkano kaya ang shade na pwede nilang i offer
Habang ako'y naghihingalo, nag ooze ng pawis,
Isang maliit na puno ng mangga ang magiliw na nag anyaya sa akin.

Ang ilang mga comforter ay palaging naroroon sa mundong ito

Nagpapahinga sa malamig na lilim,
Tiningnan ko ang mga puno ng toddy.

***

panlabas na charm

Sa paligid ng isang pader na gawa sa bato,
isang balon ang umaakit sa mga manonood.

Makinis na sahig ng semento, magagandang halaman
ginayakan ang paligid nito.
Ang graceful pulley nito ay nagdudulot ng ecstasy

Ang mga tao ay dumarating sa mga hordes
para makita ang sikat na rin.

Ngunit matagal nang natuyo ang balon!

***

Pagkakaiba

Iba't ibang tao ang may
Iba't ibang mga yardsticks.
Kahit isang tao ang benchmark
baka mag iba sa paglipas ng panahon.
Paglabag sa misteryo
ng mga yardsticks ay isang malaking hamon.

Bagong Katotohanan

Paghuli ng daga
ang paghuhukay ng burol ay hindi kalokohan
nang mahuli ng daga
ay pambihira, bagaman napakaliit.

Depekto

Bahagi ng mga salitang kilala ko
Sa aking tula.
Hindi ko lubos na alam ang kanilang kalikasan.
Samakatuwid,
Kulang sa damdamin ang tula

Problema

Ang diskriminasyon ay isang ahas,
paghuhusga ng isang palaka.
Ang palaka ay galit
kung ang ahas ay hihilinging kagatin.
Ang ahas ay nagagalit
kung hihilinging sumuko!

***

Kawalang-malasakit – Pagkatapos ng Epekto

Ang nonchalance ng Dhritarashtra
Sa harap ng pagtangis Draupadi
Ay binhi ng sunog sa kagubatan,
Na magsusunog kay Kauravas.

Mga Ugat Ng Charm

Hindi nawawala ang Grotesqueness
kung ang salamin ay pinatapon.
Hindi sumibol ang pagiging pretted
sa lupa sans ang binhi ng kagandahan
kahit na natutubig.

Ang Panlabas na Ningning

Nakaupo sa ulo,
isang tiara ang tumingin sa isang anklet
at sniggered.
Mortified, nag walk out ang huli
emanating kahanga hangang mga nota ng musika.

Ang korona ay sumayaw ng demonyo,
itinatangi ang insulto ng anklet.
Ngunit walang musika ni kagandahan
umiral sa prance nito.

***

Tungkol sa May akda

Elanaaga

Elanaaga ay isang pen name. Ang aktwal na pangalan ng may akda ay Dr Surendra Nagaraju. Siya ay isang pedyatriko, ngunit ngayon ay ganap na sa malikhaing pagsulat, pagsasalin, at kritisismo atbp. Sumulat siya ng 38 libro hanggang ngayon. Labinlimang sa mga ito ay orihinal na mga sulatin (pangunahin sa wikang Telugu), habang 18 ay mga pagsasalin. Sa huli, 10 ang mula sa Ingles hanggang Telugu at 10 vice versa. Bukod sa tula at salin, sumulat siya ng mga aklat tungkol sa pagmamay ari ng wika, klasikong musika atbp. Siya ang nagbigay ng mga kuwento sa Latin America, mga kuwento sa Africa, mga kuwento ni Somerset Maugham, at mga kuwento sa mundo at iba pa.

www.ingramcontent.com/pod-product-compliance
Lightning Source LLC
LaVergne TN
LVHW041541070526
838199LV00046B/1783